மக்கள் தீர்ப்பு

கா. ந. அண்ணாதுரை

Title: Makkal Theerpu

Author: C. N. Annadurai

Language: Tamil

First Published on: 1950

Year of Publication: 2024

Book Format: Paperback

*Page Size: 6inch * 9inch*

Category: Fiction

Subject: Short Novel

No. of pages: 46

ISBN: 978-81-987963-9-4

Published by: Nilan Publishers, Madurai, Tamilnadu, India

பொருளடக்கம்

குறிப்புகளுக்காக

மக்கள் தீர்ப்பு

பகுதி: 1

“பொது ஜனம்! மக்களின் தீர்ப்பு! – அர்த்தமற்ற வார்த்தைகள். உன் போன்ற ஏடு புரட்டிகளின் கற்பனைகள். ஏமாளிகளின் நம்பிக்கை! பாமரரின் மனம், ஒரு காலிப்பாண்டம்! யார் எதைப் போட்டாலும், ஏற்றுக் கொள்ளும்! அதிலும், உனக்கு வேடிக்கை தெரியாது – அந்தப் பாண்டமும் ஓட்டை! போட்ட பண்டம் கொஞ்சம் கொஞ்சமாகக் கீழே சிதறியே போய்விடும். நீ, ஏதோ புத்தகங்களிலே படித்துவிட்டுப் பேசுகிறாய், பொதுஜன வாக்கு – சத்திய தேவதையின் தீர்ப்பு என்றெல்லாம். மெழுகுப் பொம்மைக்காரர்கள் தங்கள் தேவைக்கு ஏற்றபடி, மெழுகைக் கொண்டு பலப்பல செய்கிறார்களே, பார்த்திருக்கிறாயல்லவா? யானையும் செய்வார்கள் பூனையும் செய்வார்கள் – நிஜம் போலவே இருக்கும் – மெழுகு கொண்டு! அதுபோல ‘சாலக்குக்காரர்கள்’ மக்கள் மனத்தைக் கொண்டு பல உருவங்களைச் செய்கிறார்கள் – நீ, ஏதோ மக்கள் தீர்ப்பு மகத்தான தீர்ப்பு என்று பாடம் படிக்கிறாய்.”

“தவறு! பெருந்தவறு! அநீதியுங்கூட! பொதுமக்களை அவ்வளவு துச்சமாக எண்ணாதே. சகல சக்தியும், கிளம்பும் ஊற்று. ஜனசக்தி! அவர்கள், குடும்பப் பாரத்தால் வளைந்து போகக்கூடும் – அதனால் அவர்களுக்கு, முக்கியமான பிரச்சினைகளைப் பற்றிச் சிந்தித்து முடிவு கட்ட நேரம் இல்லை – அதனாலேயே, அவர்கள் ஏதுமறியாதவர்கள் – எதையும் சிந்தித்து முடிவு செய்யும் ஆற்றலற்றவர்கள் என்று கூறுவது தவறு. ஜனநாயகக் கோட்பாட்டுக்கே விரோதம். மனித சக்தி மகத்தானது! மக்கள் தீர்ப்பு முடிவானது–அதுவே சிலாக்கியமானதுங்கூட!

“மக்கள், எத்தனை முறை, தாங்களே செய்த தீர்ப்பைத் தாங்களே மாற்றிக்கொண்டனர் தெரியுமா? ஜூலியஸ் சீசர், மகாவீரன், ரோமாபுரிக்கு அவனே தக்க காவலன் என்று உன் ‘பொதுஜனம்’ தான் தீர்ப்பளித்தது! அதே ‘பொதுஜனம்’ பிறகு, சீசர் சர்வாதிகாரி, முடிதரிக்க முயல்கிறான் – குடியரசைக் குலைக்கிறான் என்று கொக்கரித்தது. சீசர் கொல்லப்பட்டான். அழுகுரலிலே அறிவையும் கலந்தான் ஆண்டனி! உடனே உன் பொதுஜனம் என்ன செய்தது? சீசரைக் கொல்லச் சதி செய்தவர்களின் இரத்தத்தைக் குடிக்காவிட்டால் ஆவேசம் அடங்காது என்று ஆர்ப்பரித்தது.”

“தவறுகள் செய்வது, இயற்கை!”

“எத்தனை தவறுகள் எவ்வளவு முறை! சாக்ரடீசைக் கொல்ல, உன் ‘பொதுஜனம்’ இணங்கிற்று – பிறகு, அவனை ‘மகான்’ ஆக்கி மகிழ்ந்தது. என்னதான் சொல்லு பொதுஜன அபிப்பிராயம் என்பது கானல்நீர் – அல்லது வானவில் – அல்லது நீர்மேற்குமிழி...”

“இல்லை – இல்லை – விஷயம் விளங்காதபோது” விஷமியின் வலையில் விழும்போது – முழு உண்மை துலங்காதபோது, நீ கூறுகிறபடி பொதுமக்கள் தவறான தீர்ப்பளித்திருக்கிறார்கள். ஆனால், உண்மையை அவர்கள் உணரும்படிச் செய்தால், அவர்களின் உள்ளம், கானல் நீரை அல்ல, எப்படிப்பட்ட அநீதியையும் அழிக்கும் பெரும்புயலைக் கிளப்பிவிடும். மக்களின் மனவலிமை மகத்தானது – அது மன்னர்களின் படை வலிமை முறியடிக்கக் கூடியது.”

“சரி, சரி உன்னோடு பேசுவதைவிட, ஏதாவது வியாபாரக் காரியத்தைக் கவனிக்கலாம். நீ போய்வா! பொதுஜனத் தீர்ப்பு,

புனிதமானது! மக்களின் தீர்ப்பு மகத்தானது, மகேசன் தீர்ப்புக்குச் சமம்!”

“கேலி பேசுவது சுலபம்... அதிலும் பெரியவர்கள் பேசுவது மிகவும் சுலபம்...”

“வாழ்க! வாழ்க! என்றுதான் பொதுஜனம் முழக்கமிடுகிறது. உன்னைப் புகழ்கிறது... வீரன்... உதாரன் என்று ஏதேதோ பட்டம் கொடுத்து உன்னைப் பாராட்டுகிறார்கள்.”

“ஆமாம்! நான் அவர்களுக்காக உழைக்கின்றேன் – அவர்கள் பொருட்டு பாடுபடுகிறேன், என்பதற்காகப் பாராட்டுகிறார்கள். மாளிகைகளிலேதான் நன்றி கெட்டவர்கள், நற்குணத்தை மதிக்காதவர்கள் இருக்கிறார்கள்! மக்கள் அப்படியல்ல. யார், தங்களின் நலனுக்காகப் பாடுபடுகிறவர்கள் என்பதை அவர்கள் உணருகிறார்கள் – உணர்ந்தும் அப்படிப்பட்ட உபகாரிகளை...”

“பொதுஜனத் தலைவர் என்று கூறிப் பூரிக்கிறார்கள் – பெருமைப்படுத்துகிறார்கள்.”

“ஆமாம் – அதிலேயும் உங்களுக்குச் சந்தேகமா?”

“அதிலே சந்தேகம் ஏன் பிறக்கப் போகிறது! நான்தான் கண்ணால் காண்கிறேன் – அவர்கள் உன்னைக் கண்டதும் கொள்ளும் மகிழ்ச்சியையும், காட்டும் மரியாதையையும்!”

“பிறகு, எதிலே சந்தேகம்! எதிலே அவநம்பிக்கை?”

“அதிலே சந்தேகம் ஏன் பிறக்கப் போகிறது! நான்தான் கண்ணால் காண்கிறேன் – அவர்கள் உன்னைக் கண்டதும் கொள்ளும் மகிழ்ச்சியையும், காட்டும் மரியாதையையும்!”

“பிறகு, எதிலே சந்தேகம்! எதிலே அவநம்பிக்கை?”

“பச்சையாகவே சொல்லட்டுமா? மக்களின் மனம் ஒரு நிலையிலும் இருப்பதில்லை. ஆட்டுவிக்கிறபடி ஆடுவர். இன்று உன்னைப் பொதுஜனத் தலைவன் என்று புகழும் இதே மக்கள் உன்னைப் பொதுஜன விரோதி என்று தூற்றவும் கூடும்.”

“ஆமாம் – நான் தவறி நடந்தால் – துரோகம் செய்தால் – அவர்களின் நலனைக் கெடுத்தால்...”

“அல்ல! அவ்விதம் அவர்கள் எண்ணிக் கொண்டாலே போதும். ஆர, அமர யோசிக்காமலே, ஆத்திரத்தைக் கொட்டுவர். எவனாவது ஒரு தந்திரக்காரன், உன் நடவடிக்கையைத் திரித்துக் கூறி, உன்னால் பொது மக்களின் நலன் கெட்டுவிடும் என்று கூறிவிட்டால் கூடப் போதும், பொதுமக்கள் சீறுவார்கள் – சபிப்பர். அவர்களின் எண்ணம், நிலைத்துமிராது – யோசிக்கும் திறமை பழுதுற்றுத்தான் இருக்கும்.”

“அப்படி அவர்கள் மனத்திலே, சந்தேகம் கிளம்பினால் நாம் உண்மையை விளக்கி, சந்தேகத்தைப் போக்கிவிட முடியும்.”

“அதுதான் முடியாது! உன்னைப் பற்றித் தப்பு அபிப்பிராயம் கொண்டுவிட்டால், நீ தரும் விளக்கம், விரோதத்தை வளர்க்கும் உன்னுடைய சமாதானம், சாகசம் என்று கருதப்படும். பைத்தியக்காரா! உன்னைச் சமாதானம் கூற,

விளக்கம் தரவே அவர்கள் அனுமதிக்க மாட்டார்களே! அவசரமான முடிவுக்கே வருவர்! அந்த முடிவை, மாற்றிக் கொள்ளவும் விரும்ப மாட்டார்கள், சுலபத்தில்.''

''இல்லை! உண்மையைக் கேட்க அவர்கள் எப்போதும் சித்தமாக இருப்பர்.''

''உனக்கு அவர்களிடம் அபாரமான நம்பிக்கை இருக்கிறது – அனுபவம் போதாததால்.... உன்னை நான் மிரட்டுவதாக எண்ணிக் கொள்ளாதே, எந்தப் பொதுஜனம் இன்று உன்னைப் பாராட்டுகிறதோ, அதே மக்கள், உன்னைப் பொதுஜன விரோதி என்று தூற்றும்படிச் செய்ய முடியும். என்னால்... விஷப் பரீட்சை – என்றாலும் நீ விரும்பினால் செய்து காட்டுகிறேன் – நீயோ, என் தம்பி! உனக்குக் கெடுதி வரக்கூடாதே என்று கவலைப்படுகிறேன் – இல்லையென்றால் – பொதுமக்களின் மனம் எப்படிப்பட்டது என்பதை விளக்கியே காட்டிவிட முடியும்!''

''கட்டாயமாக, அந்தப் பரீட்சை நடத்தியே ஆக வேண்டும். அண்ணா! தோல்வி உனக்குத்தான்.''

மூத்தவன் சிரித்தான்! தம்பியின் முகத்திலேயோ, எள்ளும் கொள்ளும் பொறியும் போலிருந்தது. அண்ணன் பணக்காரன். ஆகவேதான், பொதுமக்களின் பண்புபற்றிச் சந்தேகிக்கிறான். பொதும்களின் சக்தியிலும் குணத்திலும் சந்தேகம் பிறப்பது, ஓர்வகை நோய் – அது மாளிகைவாசிகளுக்கு எப்போதும் இருக்கும் – என்று தம்பி தீர்மானித்தான். தம்பி ஒரு டாக்டர்.

சிறிய நகரம் – அண்ணன், தம்பி வேறு வேறு குடித்தனம் நடத்தி வந்தனர் – ஆனால் விரோதம் கிடையாது. என் அண்ணனுக்குப் பணம் என்றால் உயிர் – பாழாப்போன பணத்திற்காக, அவர் எதை வேண்டுமானாலும் செய்வார் –

என்று, தம்பி பிறரிடம் கூறுவதுண்டு – அண்ணனிடம், நேரிலே கூடச் சொல்வதுண்டு. நமது தம்பியின் போக்கு ஒருவிதமானது – பொதுஜன உபகாரியாக வேண்டுமென்பதற்காக டாக்டர் தொழிலைக்கூடக் கவனிக்காமல், ஊருக்கு உழைக்கிறேன் என்று பேசிக்கொண்டு உருக்குலைந்து போகிறான் என்று அண்ணன் பலரிடம் கூறுவதுண்டு – தம்பியிடமேகூடப் பேசுவதுண்டு. டாக்டருக்கு, பொதுமக்களிடம் அளவு கடந்த பிரியம், நம்பிக்கை, மதிப்பு. ஜனநாயகக் கோட்பாட்டிலே அசைக்க முடியாத பற்று. காண்ட்ராக்ட் வேலை – வட்டித் தொழில் வியாபாரம் – இவை அண்ணனுக்கு. அவனுக்கோ பொதுமக்களின் மனப்போக்கிலே எப்போதும் அவநம்பிக்கை. அவர்களுடைய தீர்ப்பிலே ஒருவகை அலட்சியம். டாக்டர் பொதுமக்களை ஒரு சக்தி என்று எண்ணினார்! காண்ட்ராக்டர், “சக்தி”தான், ஆனால் யார் கையிலேயும் சுலபமாகச் சிக்கிக் கொள்ளும் சக்தி அது என்றார். இருவருக்கும் அடிக்கடி இதுபற்றி விவாதம் நடைபெறும். அவ்விதமான உரையாடலிலே ஒன்றுதான் துவக்கத்திலே காணப்படுவது.

அவன் இலட்சியவாதி! ஆனால் அவனுக்குக் குடும்பம் இருக்கிறதே! டாக்டர் தொழிலைக் கவனித்தால், குடும்பம் நடக்கும் – ஆனால், எங்கே கவனிக்கிறான்! – இது அண்ணன் கூறும் குறை.

பணத்தைக் குவிக்கத்தானே, அவருக்கு நேரம் சரியாக இருக்கிறது. பொதுமக்களின் நலனுக்கு உழைக்க அவருக்கு நேரம் ஏது? நினைப்பே கிடையாதே! இது தம்பி கூறுவது.

அண்ணன் செல்லும்போது, காணும் மக்கள் அருவருப்பர் – சிலர் அலட்சியமாகக்கூட இருப்பர் – வேறு சிலர் பணிவர் – பாவனைக்கு!

தம்பி, வீதி வழி சென்றாலோ, அனைவரும் வரவேற்பர் – மகிழ்வர் புகழ்வர் – மதிப்புடன் நடந்து கொள்வார்கள்.

அண்ணன், உள்ளூர் நகர சபையிலே ஓர் அங்கத்தினராகத் தேர்ந்தெடுக்கப்பட்டான்.

தம்பி அந்த நகர சபையினரால் வைத்தியராக நியமிக்கப்பட்டான்.

கவுன்சிலரானதால் காண்டராக்டருக்குத் தொழிலும் வியாபாரமும் வளர்ந்தது – தன்னையொத்த செல்வவான்களிடையே மதிப்பு வளர்ந்தது.

முனிசிபல் டாக்டரானதால் தம்பிக்கு, 'வருமானம்' அதிகமாக வளரவில்லை – வேலை வளர்ந்து முனிசிபல் நிர்வாகத்தினருக்கு, புதிய புதிய திட்டங்கள் – சுகாதார சம்பந்தமான யோசனைகள் கூறிவந்தான். அதற்காகச் சிந்தனையைச் செலவிட்டான் – பல ஆராய்ச்சிகள் நடத்தி வந்தான்.

அவ்விதமான திட்டங்களிலே கடலோரத்திலே குளிக்கும் இடம் அமைப்பது என்பதொன்று, பொழுது போக்குக்காகப் பலர் பல இடங்களுக்குப் போகிறார்களல்லவா, ஆண்டுக்கோர் முறை மலைச்சாரலுக்கோ – மலர் வனத்துக்கோ – பாரிஸ் போன்ற நாகரீக நகருக்கோ – அதுபோல, இந்தக் குளிக்குமிடம் வருவர் – பல நாட்கள் தங்கி இருப்பர் – அதனால் அவர்களுக்கும் சுகாதாரம் வளரும். அவர்கள் வந்து தங்குவதால், நகருக்கும் பொருளும் புகழும் வளரும் – இது டாக்டரின் எண்ணம். இந்தத் திட்டத்தை மிகச் சிரமப்பட்டுத் தயாரித்து, நகரசபையினருக்குத் தர, அவர்களும்

அதை ஏற்றுக் கொண்டனர் – அதற்கான வேலையும் துவக்கப்பட்டது.

ஏற்கெனவே பொதுமக்களின் அன்பைப் பெற்றிருந்த டாக்டருக்கு, இந்தத் திட்டம் மேலும் ஆதரவைத் திரட்டிற்று. அவருடைய அறிவும், பொதுமக்கள் நலனில் அவருக்குள்ள அக்கறையும் வெகுவாகப் பாராட்டப்பட்டது.

உள்ளூரில் ஒரு பத்திரிகை – அதிலே டாக்டரைப் புகழ்ந்தும், அவருடைய புதிய திட்டத்தை வரவேற்றும், ஓர் அழகிய தலையங்கமும் பிரசுரமாயிற்று.

தம்பி, அடிக்கடி பேசும், 'பொதுஜன சேவைகளில்' இதுவொன்று என்றுதான் அண்ணன் முதலில் எண்ணினான் – அலட்சியப்படுத்தினான். தம்பியோ விடவில்லை. அண்ணனிடம் மட்டுமல்ல, ஊரிலே பலரிடம், தன் திட்டத்தால் ஏற்படக்கூடிய நன்மைகளைப் பற்றி விளக்கிக் கொண்டிருந்தான்.

தம்பியின் 'பொதுஜன சேவை'யைஅண்ணன் அலட்சியமாகக் கருதுகிறான் என்பதறியாத சிலர், அண்ணனிடம் புதிய திட்டத்தைப் புகழ்ந்து பேசினர் – அவர் மகிழ்வார் என்று எண்ணிக்கொண்டு. அண்ணன், அவர்கள் தன்னை மகிழ்விக்கத்தான் அவ்விதம் புகழ்கிறார்கள் என்பதைப் புரிந்து கொள்ளாமல், வழக்கப்படி பொதுஜனம் மனத்தைப் பறிகொடுத்துவிட்டது என்று எண்ணிக்கொண்டு புதிய திட்டத்தைப் பழித்துப் பேசினாலோ, அலட்சியப்படுத்தினாலோ, அதிலே அக்கறை காட்டாவிட்டாலோ, தன்மீது கோபிப்பார்கள் என்று எண்ணிக்கொண்டு, நல்ல திட்டந்தான் என்று சொல்லி வைத்தான். ஆக, ஊரிலே மெல்ல மெல்ல புதிய திட்டத்துக்கு ஆதரவு திரண்டது.

புதிய திட்டத்தில் அண்ணனுக்கு உண்மையாகவே ஆசை ஏற்பட்டது – வேறோர் காரணத்தால்.

குளிக்குமிடம் அமைக்க, தம்பி குறிப்பிட்ட இடத்தைக் கவனித்தபோது அதை அடுத்து, ஏராளமான புறம்போக்கு நிலம் இருந்திடக் கண்டான். புதிய யோசனை உண்டாயிற்று.

குளிக்குமிடம் அமைக்கப்பட்ட பிறகு, அந்த இடத்துக்கு உள்ளூர் மக்கள் வரத் தொடங்குவர். மதிப்பு உயரும். அப்போது, அதை அடுத்துள்ள புறம்போக்கு நிலத்துக்கு, ‘விலை’ அதிகப்படும் – கடைகள் அமைக்க விரும்புவோர், புதிய வீடுகள் கட்ட விரும்புவோர், காட்சிச் சாலைகளை அமைக்க வருவோர் ஆகியோர் நல்ல வாடகை தருவர், நல்ல விலை கொடுத்தும் வாங்குவர், போடும் பணத்தைப் போல, பத்து, இருபது, மடங்கு அதிகமான பணம் கிடைக்கும் என்று யோசனை ஏற்பட்டது. இலாப வேட்டைத் தொழிலில் தேர்ச்சி பெற்ற அண்ணனுக்கு உடனே மோப்பம் பிடித்த புலியானான். புதிய திட்டத்தைப் பிரமாதமானது என்று புகழ்ந்தான். தம்பியைப் பாராட்டினான் – முனிசிபல் சபைக்குப் புதிய திட்டத்தைச் சிபாரிசு செய்தான். புதிய திட்டத்தை ஏற்றுக் கொள்ளச் செய்தான்.

டாக்டருக்குப் பெருமகிழ்ச்சி. பொதுஜன நன்மைக்கும், ஊரின் கீர்த்தி பரவுவதற்கும் உகந்த தன் புதிய திட்டத்தை அண்ணன் ஏற்றுக் கொண்டது கண்டு, களித்தான் – பொது ஜனங்களிடம் அபிமானம் அற்றிருந்த தன் அண்ணனுக்கு, இந்த அளவுக்கேனும் பொதுமக்களிடம் அக்கறை உண்டாயிற்றே என்று எண்ணி உள்ளம் பூரித்தான். அவன் அறியான், புதிய திட்டத்தை முனிசிபல் சபை, அங்கீகரித்துக் கொள்வதற்கு முன்னம், ‘புறம்போக்கு’ நிலத்தை, அண்ணன், இலாப நோக்கத்துடன் மலிவான விலைக்கு வாங்கிக் கொண்டு விட்டான் என்பதை. அண்ணனுக்கும், பொதுமக்களின் நன்மையிலே அக்கறை உண்டாயிற்று.

என்றே அவன் எண்ணிக் கொண்டான். பாவம்! டாக்டருக்கு, மக்களுக்கு ஏதேது நல்லது என்பதைக் கண்டறிய பல ஏடுகளைப் படிக்கவும், சிந்திக்கவும், திட்டங்கள் தீட்டவும் நேரம் அதிகம் செலவானதால், தன் அண்ணன் போன்றவர்களின் உள்ளத்தின் தன்மை எப்படிப்பட்டது என்று கண்டறிய நேரம் இல்லை.

உள்ளூர் பத்திரிக்கையின் புகழுரை, நகர சபையின் அங்கீகாரம், அண்ணனின் ஆதரவு, இவ்வளவும் புதிய திட்டத்துக்குக் கிடைத்த சந்தோஷத்தால் மெய்மறந்து இருந்தான் டாக்டர். அண்ணன் புதிய திட்டத்தினால், தனக்கு மொத்தத்திலே எவ்வளவு இலாபம் கிடைக்கக் கூடும் என்பதைக் கணக்கிட்டுக் கொண்டிருந்தான்.

வீடுகளிலே குடியிருப்போர் சங்கம் ஒன்று அவ்வூரில். அதற்கோர் தலைவன், தீப்பொறி பறக்கப் பேசுபவன் – ஏழைகளின் சார்பில். வரி செலுத்துவோர், ஏழைகள் ஆகவே அவர்களின் நன்மையைக் கவனிப்பதையே நகர சபை குறிக்கோளாகக் கொள்ளவேண்டும் என்பது அவன் முழக்கம். தவறானதல்ல. அவனுக்கும் புதிய திட்டத்திலே அக்கறை ஏற்பட்டது – ஆதரித்தான். குளிக்குமிடம் அமைக்கப்பட்டு, அது செல்வாக்குப் பெற்று, வெளியூர் மக்கள் அதிகமாக அங்கு வந்து போகத் தொடங்கினால், நகர சபைக்குப் பல வழிகளிலும் வருமானம் கிடைக்கும் – நகரசபையின் வருமானம் அதிகரித்தால், நகரசபை, உள்ளூர் பொதுமக்களிடம் வசூலிக்கும் வரியைக்கூடக் குறைக்கும். இதனால் ஏழைகளுக்கு நன்மை உண்டாகும் என்று கூறினான் – ஏழைப் பங்காளன் என்ற பட்டத்துக்குரியவனாவதற்குத் தன்னைத் தயாரித்துக் கொண்ட குடியிருப்போர் சங்கத்தலைவன், புதிய திட்டம், ஏழைகளுக்கு ஒரு வரப்பிரசாதம் என்று உண்மையிலேயே எண்ணினான் – புதிய திட்டத்தை ஆதரித்தான். டாக்டரின் களிப்பு பூர்த்தியாயிற்று.

குளிக்குமிடம் கட்டுவதற்குப் பெருந்தொகையொன்று முனிசிபல் சபையினர் குறித்தனர். பலருக்குப் பல வேலைகள். காண்டிராக்டுக்குத் தரப்பட்டன. மரச்சாமான்கள் சப்ளை செய்ய மார்க்கசகாயம், சுண்ணாம்புக்கும் செங்கல்லுக்கும் சேஷாசலம் – பிளான்படி, கட்டடத்தை அமைக்க, கங்காதரம் – இப்படிப் பலருக்குக் கிடைத்தது. இந்தக் காண்ட்ராக்டுகள், சிலவற்றிலே, அண்ணனுக்குத் தொடர்பு உண்டு – வெளியே தெரியாது, சிலவற்றிலே, பணம் கடன் கொடுப்பதன் மூலம் தொடர்பு ஏற்பட்டது. மொத்தத்திலே, புதிய திட்டத்திற்காகச் செலவிடப்படும் பெரும் பணத்திலே, குறிப்பிடக்கூடிய தொகை, அவருக்கு வந்துசேரும்படி, தந்திரமாக ஏற்பாடு செய்து கொண்டார். அவர் மட்டுமல்ல, அவர்போன்ற பல பணந்தேடி களுந்தான்!

டாக்டருக்கு, இவை ஒன்றும் தெரியாது. ஒரே மகிழ்ச்சி மயம். மேலும் மேலும் ஆராய்ச்சிகள் நடத்திய வண்ணம் இருந்தார் – புதிய திட்டத்துக்குப் பயன்தரத் தக்கவையான ஆராய்ச்சிகள்.

உள்ளூர் பத்திரிகையின் உரிமையாளர், ஒரு மாஜி தீவிரவாதி. புரட்சிக்காரராகவும் இருந்தவர். அடக்குமுறைகளை எதிர்த்தவர் – ஆதிக்கக்காரர்களின் கொட்டத்தை ஒழிக்கத் தன்னைத்தானே அர்ப்பணித்தவராக இருந்தவர் – பிறகோ – தீவிரமாகக் கோலத்தைக் கலைத்துவிட்டு, பத்திரிகை துவக்கினார். தன் பேனா புரட்சி எழுத்துக்களையே தீட்டும் என்று எண்ணி வேறோர் எழுத்தாளரை, ஆசிரியராக அமர்த்தினார் – நிருவாகத்தையே, கண்ணுங் கருத்துமாகக் கவனித்துக் கொண்டார். நல்ல விளம்பரம் – நல்ல வருவாய்.

பத்திரிகைக்கு ஆசிரியராக அமர்ந்தவர், ஒரு பெரிய புரட்சி வீரரிடம் தான் தயாராவதாக எண்ணிக்கொண்டு மகிழ்ந்தார். தீவிரவாதியானார். பொதுஜன நன்மையை ஆதரிப்பதே என் குறிக்கோள். அதற்கு எதிரிடையாக எதுவரினும், குறுக்கிடினும் அச்சம், தயை தாட்சண்யமின்றிக் கண்டிப்பேன்

என்று கூறினார். அவ்வப்போது மட்டும், பத்திரிகை உரிமையாளர், ஆசிரியருக்கு வாழ்க்கைச் சிக்கல்களைப் பற்றி உபதேசம் செய்வார். தீவிரமாகத்தான் எழுதவேண்டும், ஆனால் அதே பொது வாழ்க்கையையும் கவனித்துக்கொள்ள வேண்டும் என்று குத்தலாகப் பேசுவார். தீப்பொறி பறக்கத்தான் எழுத வேண்டும். ஆனால் அந்தப் பொறிகள் பத்திரிகையையே தீய்த்துவிடக் கூடாது; தம்பீ, பத்திரிகை என்னுடையது. எனக்குக் குடும்பம் உண்டு. அவர்களுக்கு உணவு, உன் உணர்ச்சிதரும் எழுத்துக்களல்ல! – என்று கிண்டலாகப் பேசுவார். சில சமயங்களில் உரிமையாளருக்கும் எழுத்தாளருக்கும் கருத்து வேற்றுமை உண்டாகும் – வெற்றி, உரிமையாளருக்கு, விசாரம், எழுத்தாளருக்கு!

ஆனால், குளிக்குமிடம் அமைக்கும் திட்டத்தைப் பற்றியோ இருவருக்கும் ஒரே கருத்து. ஆசிரியருக்கு மகிழ்ச்சி. மெல்ல மெல்ல உரிமையாளரைத் தன் வழிக்குக் கொண்டு வந்து விட்டதாக எண்ணினார். அவர் அறியார், உரிமையாளர், காண்ட்ராக்டர் யோசனைப்படி, புறம்போக்கு நிலத்திலே ஒரு பகுதிக்கு, உரிமையாளர் ஆகிவிட்ட இரகசியம்!

பொதுவாகப் பார்க்கும்போது, அந்தச் சிற்றூர் முழுதும், சிறந்த திட்டம், சிலாக்கியமான திட்டம் என்று புகழ்ந்தது. டாக்டரின் திட்டத்தைப் பொதுஜன ஆதரவு இவ்வளவு தெளிவாகவும் உருவாகவும் மகத்தான அளவிலும், தனக்குக் கிடைத்ததை எண்ணி டாக்டர் களித்தார் – தமது திட்டத்தை மேலும் மேலும் ஆராயத் தொடங்கினார். ஒரு சந்தேகம் வந்துதித்தது.

கடலோரக் குளிக்குமிடத்திலே உள்ள தண்ணீர், சிலாக்கியமானதுதானா என்பதுபற்றி, தான் நடத்திப் பார்த்த ஆராய்ச்சியுடன் திருப்தி அடையாமல், பிரபல நகர ஆராய்ச்சியாளருக்குத் தண்ணீரை அனுப்பி வைத்தார். அவருடைய ஆராய்ச்சி முடிவு கிடைத்ததும் தமது புதிய

திட்டத்துக்குப் பரிபூரண சிறப்பு உண்டு என்பதை உலகே ஒப்புக்கொள்ளும் என்பது டாக்டரின் எண்ணம்.

நகர ஆராய்ச்சியாளரின் கடிதம் டாக்டரைத் தூக்கிவாரிப்போட்டுவிட்டது.

"தாங்கள் பரிசோதனைக்கு அனுப்பிய நீரை நன்கு ஆராய்ச்சி செய்து பார்த்து கீழ்க்காணும் முடிவுக்கு வந்திருக்கிறோம்.

1. தண்ணீர் அசுத்தமானது.

2. சுத்தப்படுத்த முடியாதபடியான அசுத்தமானது.

3. கிருமிகள் நிரம்பியது.

4. கிருமிகள் ஆரோக்கியத்தைக் கெடுக்கக் கூடியது.

5. விஷஜுரம் போன்ற கொடிய நோய்களை உற்பத்தி செய்யக்கூடியன அந்தக் கிருமிகள்.

6. இந்தத் தண்ணீரை உட்கொண்டாலோ, குளிக்க உபயோகித்தாலோ, மக்களுக்கு, கொடியநோய் உற்பத்தியாகும்.

7. இந்தத் தண்ணீர் உள்ள இடத்தைத் தூர்த்து விடவேண்டும்.

8. பொதுஜனம் இதை எந்த வகையிலும் உபயோகிக்காதபடி பார்த்துக்கொள்ள வேண்டும்.

இந்தக் கடிதத்தைக் கண்டார் டாக்டர். கண்ணாடி பாத்திரத்

தின்மீது, கருங்கல் வீழ்ந்தது போலாயிற்று!

பகுதி: 2

விஷநோய்! கேடுதரும் கிருமிகள்! – ஆஹா! இவற்றைக் கொண்ட தண்ணீரை, பொதுமக்களுக்குத் தர இருந்தேனே! பெரியகேடு செய்ய இருந்தேன்! என்ன பேதைமை! என்ன அவசரம்! ஊருக்கு அழகு, அலங்காரம் வாய்க்கு வழி என்று எண்ணி குளிக்குமிடம் கட்டும் திட்டம் தீட்டினேன் – இப்போதல்லவா தெரிகிறது, இது அழிவுக்கு வழி என்று! பொதுமக்கள் உயிரைக் குடிக்கும் கிருமிகளை, நான் என் அறியாமையாலும் அவசரத்தினாலும் மக்கள்மீது ஏவிவிட இருந்தேனே. மாபெரும் துரோகமல்லவா செய்ய இருந்தேன் – நல்ல வேளை, இந்த ஆராய்ச்சியாளர் உண்மையை உரைத்தார் – ஊர் மக்களைக் காப்பாற்றினார் – உலகுக்கே பெரிய நன்மையைச் செய்தார்! பொதுமக்களுக்கு என் அவசரபுத்தியால் பெருந்தீங்கு இழைக்க இருந்தேன் – குளிக்குமிடம் கட்டும் திட்டம் கொலைக்காரத் திட்டம்! பொதுமக்களின் உயிரைச் சூறையாடும் திட்டம்! நீசத்தனமான திட்டம்! என்றெல்லாம் டாக்டர் எண்ணினார். எவ்வளவு பெரிய கேடு நேரிட இருந்தது என்பதை எண்ணிப் பார்க்கும்போதே அவருடைய குலை நடுங்கிற்று. மனக்கண்முன்னே, குளிக்குமிடத்து ஆணும் பெண்ணும் குதூகலமாக வருவது – குளித்து மகிழ்வது – வீடு திரும்பியதும் அவர்களுக்கு விஷ ஜுரம் வருவது – வீட்டிலே குய்யோ முறையோ என்று கூவுவது – பலர் மாண்டு போவது – போன்ற காட்சிகள் தோன்றின. பதறினார். எடுத்தார் பேனாவை, மளமளவென்று எழுதலானார். புதிய திட்டம் தீதாவது – கைவிட்டுவிட வேண்டும் என்ற எழுத்துகள் வேக வேகமாக உருண்டோடி வந்தன. ஊர் மக்களின் உயிருக்கு வரவிருந்த ஆபத்தைத் தடுக்க முடிந்தது. தக்க சமயத்திலே என்ற ஆர்வத்துடன் எழுதினார். எழுதினார் விளக்கமாக, ஆதாரத்துடன். எழுதி முடிந்ததும் திருப்தி ஏற்பட்டது.

பொதுஜனத்துக்குச் செய்ய வேண்டிய மகத்தான சேவையைச் செய்தாகிவிட்டது! கடமையை நிறைவேற்றிவிட்டோம், என்று களிப்புண்டாயிற்று. கதவைத் திறந்துகொண்டு உள்ளே நுழைந்தார். மூத்தவர் – முகத்தில் புன்னகையுடன் ஆர்வத்துடன் டாக்டர். அண்ணா! நான் ஒரு முட்டாள் – அவசரப்புத்திக்காரன், அநியாயம் செய்ய இருந்தேன்! பெருங்கேடு நேரிட இருந்தது என்னால். பொதுமக்களுக்குப் பெரிய நாசம் வர இருந்தது என் பேதமையால் என்று கூறலானார் – அண்ணன், "இதென்ன, புதிய உளறல்" என்று எண்ணிக்கொண்டு, "தம்பீ! நிரம்ப வேலை செய்து கொண்டிருந்தாயே?" என்று கேலியாகக் கேட்டார்..." "ஆமாம் அண்ணா, நிரம்ப வேலை! என் வாழ்நாளிலே இதுவரையில் இப்படிப்பட்ட முக்கியமான வேலையில் ஈடுபட்டதே இல்லை என்று கூறலாம் – அப்படிப்பட்ட அருமையான காரியம்" என்று டாக்டர் மேலும் ஆர்வத்துடன் கூற மூத்தவர் சாவதானமாக, "குளிக்குமிடம் அமைக்கும் திட்டம் சம்பந்தமாகத்தானே தம்பி வேலை செய்து கொண்டிருந்தாய்?" என்று கேட்டார்.

"சந்தோஷம்! அந்தத் திட்டம் சம்பந்தமாக எவ்வளவு வேலை செய்தாலும் தகும். முக்கியமான திட்டம்" என்றார் மூத்தவர் – புதிய திட்டத்தின்மூலம் தனக்குக் கிடைக்க இருக்கும் இலாபத்தை எண்ணிக்கொண்டு. அவர் எந்த நோக்கத்÷ŏடு இதைப் பேசுகிறார் என்பதை அறியாத டாக்டர், "முக்கியமான திட்டம் என்று சாதாரணமாகப் பேசுகிறீர்களே அண்ணா! பொது ஜனத்தின் உயிரைப் பற்றிய திட்டமல்லவா அது" என்றார் – ஆமாம் என்று அசைபோட்டார் மூத்தவர் – பொதுஜனத்தின் சேவையைக் கருத்தில்கொண்டு தயாரித்த திட்டமல்லவா அது – அது பற்றி மேலும் பல ஆராய்ச்சிகளை நடத்தியபடிதானே இருந்தேன்" என்று துவக்கினார் டாக்டர். "நானும் ஒவ்வோர் இரவும் நடுநிசி வரையில் உன் அறையில் விளக்கெரியக் கண்டேன்" என்றார் மூத்தவர் – வீண் செலவு செய்கிறான் தம்பி, என்பதைக் குறிப்பாக உணர்த்தினார்.

“வீண்போக வில்லையே, அண்ணா! என் உழைப்பு வீண் போகவில்லை. விபரீதம் நேரிட இருந்தது. நான் மட்டும் சற்று அக்கறையற்று இருந்துவிட்டிருந்தால், பொதுமக்கள் பெரியதோர் நாசத்துக்குள்ளாயிருப்பர். சரியான சமயத்திலே கிடைத்தது ஆராய்ச்சியாளரின் ஆய்வுரை, தப்பினர் மக்கள்” என்று எழுச்சியுடன் பேசினான் தம்பி. அண்ணன் அதன் பொருள் விளங்காமல் திகைத்தான்.

“தம்பி! என்ன இப்படிப் பேசுகிறாய் – புரியவில்லையே?” என்று அண்ணன் கேட்க, “ஆர்வத்தால் அடிப்படையை மறந்துவிட்டேன் அண்ணா! மன்னிக்க வேண்டும்” என்ற முன்னுரையுடன், நீர் நிலைய அமைப்பு பற்றிய புதிய முடிவை – அதாவது அத்தகைய நிலையம் கூடாது என்பதை விவரமாக விளக்கினான் – தம்பி. அண்ணனுக்குக் கோபம், அருவருப்பு, “முட்டாள்! உன் திட்டங்கள் இப்படித்தான் இருக்கும் என்று நான் அடிக்கடி கூறிக்கொண்டு தானே இருந்தேன். இப்போதாவது புரிகிறதா! ஊர் மக்களுக்கு நன்மை செய்யக் கிளம்பினாய் – உனக்குத்தான் ஏதோ அந்த உரிமையும் திறமையும் இருப்பதாக எண்ணிக்கொண்டு, வேண்டாமடா, உன் வேலையைக் கவனி – தொழிலைக் கவனி – குடும்பத்தைக் கவனி என்று ஆயிரம் தடவை கூறினேன் – கொட்டி அளந்தாய் – இப்போது?” என்று கோபமாகப் பேசினான் அண்ணன். “ஆர்வமிகுதியினால் நான் முழு ஆராய்ச்சி செய்யாமலிருந்துவிட்டேன் அண்ணா! ஆபத்து வர இருந்தது. ஆனால் இப்போது பயம் இல்லையே. நாம், அந்தப் பாதக திட்டத்தை நிறுத்திவிடலாம்” என்றான் தம்பி.

“இவ்வளவு ஏற்பாடுகள் பூர்த்தியான பிறகா! கட்டடம் அமைக்கக் ‘காண்ட்ராக்டுகள்’ ஏற்பாடாகி விட்டன – முன்பணம் கொடுத்தாகிவிட்டது. இவ்வளவு ஏற்பாடுகள் நடைபெற்றான பிறகு, திட்டத்தை விட்டுவிடுவது? தம்பீ! உனக்கு ஏதாவது தெளிவு இருக்கிறதா! என் கோபத்தைக்

கிளறாதே. உன் பேச்சை நம்பிக்கொண்டு, நான் நகராட்சி மன்றத்திலே உன் திட்டத்துக்கு ஆதரவு திரட்டினேன் – எவ்வளவு கஷ்டம் – எவ்வளவு செலவு!" என்று அண்ணன் கூறி ஆயாசப்பட்டான். "தொந்தரவுதான் கொடுத்து விட்டேன் கஷ்டம் அதிகம்தான் தங்களுக்கு" என்று ஆறுதல்மொழி கூறினான் தம்பி. "நஷ்டம்! அதைக் கவனிக்க மறுக்கிறாயே, ஏடு தாங்காப் பணச்செலவு ஆகியிருக்கிறதே தெரியுமோ? கவலைப்பட வேண்டாமோ? செலவு செய்த தொகை. திரும்பக் கிடைக்கவா போகிறது" என்று வெகுண்டுரைத்தான் அண்ணன். டாக்டர், "எதற்குச் செலவு?" என்று கேட்டான். பீறிட்டுக்கொண்டு வந்தது ஆத்திரம் அண்ணனுக்கு. உன் பைத்தியக்காரத் திட்டத்தை, நகராட்சி மன்றம் ஏற்றுக் கொண்டதே, காரணம் என்ன? உன் திட்டத்திலே அறிவும் அருமையும் ததும்புகிறது என்றார் மடையா! இருபது ஆயிரம் செலவு எனக்கு – ஆளுக்கு ஆயிரம் அந்தப் பணத்தைப் பெற்றுக் கொண்டுதான், 'நகரத்தந்தைகள்' உன் திட்டத்துக்கு ஆதரவாளர்களாக்குவதற்கு நான் செலவிட்டது கொஞ்சமல்ல, உலக அனுபவமற்றவனே! உன் படம் போட்டு, திட்டத்தைப் பற்றிக் கொட்டை எழுத்துக்களிலே அலங்காரமாக அச்சிட்டு வழங்கினார்களே, அது, உன் திட்டத்தைப் பார்த்துப் பூரித்துப் போனவர்கள் செய்த 'பொதுஜன சேவை' என்றுதான் நீ எண்ணிக் கொண்டாய். நோட்டுகளை எண்ணிக் கொடுத்தேன் அதற்கான செலவுக்கு! இவ்வளவுக்குப் பிறகு நீ யோசனை கூறுகிறாய் திட்டத்தைக் கைவிட்டு விடலாம் என்று! துளியாவது பணத்தின் அருமை பெருமை தெரிந்தால் இப்படி நடந்து கொள்வாயா?" என்று கடிந்துரைத்தான் அண்ணன்.

தம்பி தத்தளித்தான் – தன்னால் இவ்வளவு தொல்லை அண்ணனுக்கு ஏற்பட்டுவிட்டதே என்பதை எண்ணி மட்டுமல்ல – பொது மக்களுக்காகத் தயாரிக்கப்பட்ட திட்டத்துக்கு ஆதரவு தர நகராட்சி மன்ற உறுப்பினர்கள் பணம் பெற்றுக் கொண்டார்களாமே ஆளுக்கு ஆயிரம் – இப்படியா பொதுஜன சேவை இருக்கிறது! என்பதை எண்ணி

இப்படிப்பட்டவர்களை ஏன் பொதுமக்கள் தேர்ந்தெடுக்கிறார்கள்! எப்படி இவர்களின் கபடம் வெளியே தெரியாமலிருந்து விடுகிறது என்றெல்லாம் எண்ணி ஆயாசமுற்றான். அண்ணன் சில விநாடிகள் ஆழ்ந்த யோசனையில் இருந்துவிட்டு ஒரு முடிவுக்கு வந்தவனாகி, தம்பியைப் பார்த்து, "சரி – இதுவரையில்தான், புத்தியில்லாமல் நடந்து வந்தாய் – இனியாவது ஒழுங்காக நட, உன் புதிய ஆராய்ச்சியை, மனத்தோடு வைத்துக்கொள். வெளியே கொட்டி ஊரைக் கலக்காதே" என்றான். தம்பிக்குத் திகில் பிறந்தது. "திட்டப்படி காரியம் நடந்துவிடட்டும்" என்றான் அண்ணன். தீ மிதித்தவன் போலானான் தம்பி. "என்ன, மக்களைச் சாகடிப்பதா! நாட்டைச் சுடுகாடு ஆக்குவதா! நானா! என்ன துணிவு உனக்கு! எவ்வளவு கல் நெஞ்சம்!" என்று கூவினான். "திட்டம் நிறைவேற்றப்பட்டாக வேண்டும். இனி அதை நிறுத்த முடியாது – இலட்சக்கணக்கில் நஷ்டம் ஏற்படும் – இந்தத் திட்டத்தை நம்பித் தனவந்தர்கள் ஏராளமான 'முதல்' போட்டுவிட்டார்கள் – திட்டத்தை நிறுத்திவிட்டால் பெரு நஷ்டம் ஏற்படும் எனக்கேகூடப் பெருநஷ்டம் உண்டாகும்."

"அதற்காக மக்களைச் சாகடிக்கும் மாபாதகம் புரிவதோ?"

"மாபாதகமோ – சும்மா பாதகமோ எனக்குத் தெரியாது. நீ முதலிலே சொன்னபடி பல கட்டடம் கட்டியாக வேண்டும்."

"அண்ணா! நச்சுப் பொய்கையை நாம் வெட்டுவதா, நமது மக்களைச் சாகடிக்க!"

நம்பினவர்களின் பணம், பாழாவதா? நடுவிலே திட்டத்தைத் தகர்த்துவிட்டால், நஷ்டம்தானே ஏற்படும். உன்னைச் சும்மா விடமாட்டார்கள்."

“பணம் செலவிட்டீர்கள், சரி – அதற்காக, மக்கள் பிணங்களாவதா? என் அவசரப் புத்தியினால் உங்களுக்கு நஷ்டம் ஏற்பட்டுவிட்டது. பண நஷ்டம். அதைத் தடுப்பதற்காக மக்களை மடியச் செய்வதா? பொதுமக்களைப் பூச்சிப் புழுவென்று எண்ணிக் கொண்டிரோ! பேசாமல் எழுந்து போய்விடும் மரியாதையாக.”

“மடத்தனத்தை விடு. திட்டத்தை முறைப்படி நிறைவேற்றிவிடுவோம். பிறகு, பொதுமக்கள் சாகாதபடி தடுத்துக் கொள்ளலாம்.”

“பிறகு தடுப்பதா? பிறகு? எப்படி?”

“குளிக்குமிடம் கட்டி முடித்துவிட்டு, திறப்புவிழா நடந்தேறிய பிறகு.”

“மக்கள் நோயால் தாக்கப்பட்டு மடியும்போது.”

“மடிவதற்கு முன்பு. நாமே பெரியதோர் வைத்திய சாலை அமைத்துவிடலாம் – நீ, சர்ஜன்... ஜெனரல் – மாதம் ஐயாயிரம் சம்பளம்!”

தம்பியால் இதைக் கேட்கச் சகிக்கவில்லை.

“போ, வெளியே – போ, வெளியே” என்று முழக்க மிட்டான்.

“போகிறேன் – ஆனால் போவதற்கு முன் இதைக் கூறிவிடுகிறேன் மரியாதையாக என் யோசனையின்படி நடந்துகொண்டால், தலை தப்பும் – பிடிவாதம் செய்தாயோ அழிவுதான் உனக்கு” என்று எச்சரித்தான் அண்ணன். “அழிவு! யாரால்? உன் போன்ற பணந்தேடிகளால்தானே! உன்

போன்றோரின் பகை என்னை ஒன்றும் செய்துவிடாது. நான் பொதுமக்களின் ஆதரவு பெற்றவன்'' என்றான் தம்பி. ''பித்தம் பிடித்தவனே! பொதுமக்கள்தான் உன்னை எதிர்க்கப் போகிறார்கள்– எதிர்க்கும்படி, என்னால் ஏவிவிட முடியும். வேண்டாம் விஷப்பரீட்சை. கடைசி எச்சரிக்கை. தம்பியாயிற்றே என்ற பாசத்துக்காகக் கூறினேன் – என் புத்திமதியைக் கேள். பொதுஜன விரோதி! யார்! நானா! மக்கள் சாகட்டும் பரவாயில்லை. பணம் வேண்டும் எனக்கு என்று பேசும் நீயா இதைக் கூறுகிறாய்!! நான் பொதுஜன விரோதியா! மக்களின் நலனுக்கு எது தேவை, என்ன செய்யவேண்டும். இந்தத் திட்டம் நல்லதா, இன்னோர் திட்டம் தேவையா என்று எண்ணியபடி, ஆராய்ச்சிகள் செய்தபடி, அவர்களுக்காக உழைத்தபடி உள்ள நானா பொதுஜன விரோதி!! என்று ஆத்திரமும் அழுகுரலும் கலந்த முறையில் பேசினான். அண்ணன் பதறாமல், துடிக்காமல் நிதானமாக, ''தம்பி! பொதுஜன விரோதியாகப் போகிறாய் நீ. அதற்கான 'தூபம்' போடுவது என்று தீர்மானித்துவிட்டேன். வீணாக நாசமாகாதே. திட்டத்தைத் தகர்க்காதே – நீ தகர்ந்து போவாய் – உனக்கும் பொதுமக்களுக்கும் உள்ள தொடர்பு, நேசம் தகர்ந்து போகும் – தானாக அல்ல – எங்கள் தாக்குதலால்!! நான், அடிக்கடி கூறி வந்ததை மீண்டும் கவனப்படுத்துகிறேன் – பொதுஜனத்தை ஆட்டி வைக்க முடியும் – எப்படி வேண்டுமானாலும்'' என்றான்.

''தலையாட்டிப் பொம்மைகளல்ல, பொதுமக்கள்! போய்க் கூறுவோம் வா இருவரும். மரணத்தை ஏவுகிற நீயும், மக்களின் வாழ்வு வளமாக வேண்டும் என்று எண்ணுகிற நானும் – இருவரும் சென்று பேசுவோம், பொதுமக்களிடம் வா, தைரியமிருந்தால் வா, வல்லமை இருந்தால்! வந்து பேசு – பிறகு பார் யாரைப் பொதுமக்கள் பொதுஜன விரோதி என்று கூறுகிறார்கள் – கண்டிக்கிறார்கள் என்பதை, வரத் தயாரா? நான், திட்டத்தால் வரக்கூடிய நாசத்தை எடுத்து விளக்கிப் பேசுகிறேன். நீ அந்தத் திட்டத்தை நிறுத்திவிட்டால் சீமான்கள்

சிலருக்கு ஏற்படக்கூடிய நஷ்டத்தை எடுத்துக் கூறு. கற்களால் அடித்து விரட்டுவர் உன்னை” என்று டாக்டர் ஆக்ரோஷத்துடன் பேசினார். அண்ணன் அவனைச் சுட்டுத் தள்ளி விடுவது போன்ற விதமாக முறைத்துப் பார்த்துவிட்டு சரெலெனப் போய்விட்டான். போர் மூண்டுவிட்டது!!

* * *

“இனிக் காலதாமதம் கூடாது – உண்மையை உடனே ஊரறிய செய்யவேண்டும் – சீமான்களின் சதிச்செயல் ஆரம்ப மாகும் முன்பு, பொதுமக்களின் ஆதரவைத் திரட்டி விடவேண்டும். பொதுமக்கள் அறிவர் நமது தொண்டு எப்படிப்பட்டது என்பதை. சீமான்களின் போக்கும் அவர்களுக்குத் தெரியும். சீறினான் அண்ணன், பணம் நஷ்டமாகுமே என்பதால். ஆனால் என்ன செய்துவிட முடியும்! பொதுமக்கள், என்ன உண்மையைத் தெரிந்து கொள்ள முடியாதவர்களா? மக்களாட்சிக் காலம் இது! மயக்கும் புரோகிதனும், மிரட்டும் மன்னனும் ஒழிந்துபோய், மக்களுக்காக, மக்களால் அமைக்கப்பட்ட மக்களாட்சி நடக்கும் காலம். இதிலே மமதையாளர்களின் ஆர்ப்பரிப்பு தவிடுபொடியாகும். இந்தக் கட்டுரை, மக்களுக்குமுழு உண்மையை உணர்த்திவிக்கும். விளக்கமாகத் தீட்டியிருக்கிறேன். மூன்றுமுறை நானே படித்தேன். ஆதாரங்கள் ஏராளம். ஆராய்ச்சியாளரின் கருத்தை வெளியிட்டிருக்கிறேன். இதைக் கண்டால், மக்கள் உண்மையை உணர்வர். இன்றே பத்திரிகையில் வெளிவந்தாக வேண்டும்.”

டாக்டர் கட்டுரையைத் தீட்டியபிறகு இதுபோல எண்ணினார். ஓட்டம், பெருநடையாகச் சென்றார் பத்திரிகை அலுவலகத்துக்கு. ஆசிரியரிடம் விஷயத்தை விளக்கினார் டாக்டர். குறுக்குக் கேள்விகளுக்கெல்லாம் தக்க பதிலளித்தார்.

கட்டுரையைப் படித்துக் காட்டினார். ஆசிரியரின் கண்களிலே நீர்த் திவலைகள்!! எழுந்து வந்து, டாக்டரைக் கட்டி அணைத்துக்கொண்டு, “டாக்டர்! நீர் மேதை! பரோபகாரி!! சிலை நாட்டிச் சிறப்பிக்கவேண்டும் உம்மை! பொதுமக்கள், உம்மை, ‘ரட்சகர்’ என்று போற்றப்போவது திண்ணம். எவ்வளவு பெரிய ஆபத்தை, நாசத்தைத் தடுத்துவிட்டீர் தெரியுமா! உம்மால் உமது பெருமையைப் பூரணமாக உணர்ந்து கொள்ள முடியாது. என் போன்றவர்களால் மட்டுமே முடியும்! டாக்டர்! நான், தங்கள் தோழனாக இருப்பதைப் பெரியதோர் பாக்கியம் என்றே கருதுகிறேன். இந்த நூற்றாண்டின் ‘மகாபுருஷர்’ தாங்கள்” என்று முகஸ்துதியாக அல்ல உள்ளன்புடனேயே, கூறினார். டாக்டர் பூரித்துப் போனார்! பொதுஜன விரோதியாக்குகிறேன் என்று மிரட்டினானே அண்ணன், என்று எண்ணிப் புன்னகை புரிந்தான். அன்றைய இதழில் முதல் பக்கம், டாக்டரின் கட்டுரை வெளியிடுவது என்று ஆசிரியர் ஏற்பாடு செய்தார்.

பொதுமக்களுக்காக உண்மையில் தொண்டு செய்பவரை எந்தப் பகையும் ஒன்றும் செய்துவிட்டது என்ற திடமனத்துடன் டாக்டர் பத்திரிகை அலுவலகத்தை விட்டு வெளியே வரப் புறப்பட்டார் – வெளிவாயிற்படியிலே அண்ணனைக் கண்டார். அண்ணன் அலட்சியமாக டாக்டரைப் பார்த்துவிட்டு, பத்திரிகை நிலையத்துக்குள் சென்றான். ஆசிரியரோ, கட்டுரைக்குப் பொறுத்தமான தலைப்புகள் தயாரிக்கும் தொல்லையான வேலையில் ஈடுபட்டிருந்தார். இரண்டு பேனா பழுதாகிவிட்டன. காகிதம் பல கெட்டுவிட்டது! சீமான் உள்ளே நுழைந்தார் கனைத்துக்கொண்டே – ஆசிரியர் டாக்டரின் கட்டுரையைப் பற்றிப் புகழத் தொடங்கினார். ஆசிரியர் பேச்சில் குறுக்கிடவில்லை. சீமான் – பேசி முடித்ததும் நிதானமாக “என் தம்பி! தந்த கட்டுரையைப் பிரசுரிக்க வேண்டாம். அதைக் கூறிவிட்டு போகவே நான் வந்தேன்” என்றான். ஆசிரியர் திடுக்கிட்டுப் போனார்.

“அதை வெளியிட்டாக வேண்டுமே – பொதுஜன நன்மையை உத்தேசித்து”

“பொதுஜன நன்மையை உத்தேசித்துத்தான் நான் கூறுகிறேன், அதை வெளியிடக்கூடாது என்று”

“மக்களுக்கு விளைய இருக்கும் ஆபத்து இது என்பதை டாக்டர் விளக்கி இருக்கிறார்.”

“என்னிடம் இதைவிட அதிகமாக விளக்கம் கூறினான்.”

“திட்டம் தீமை தருவது என்பதை மக்கள் அறியும்படிச் செய்தால்தானே, திட்டத்தைக் கைவிட்டுவிடுவது பற்றிப் பொதுமக்கள் தவறாக எண்ணாமலிருப்பர்.”

“ஆமாம், ஆனால் திட்டத்தைக் கைவிட்டுவிடப் போவதில்லை. திட்டப்படி காரியம் நடைபெறும்.”

“நச்சுப் பொய்கையை வெட்டப் போகிறீர்களோ! இதைத் துணிந்து என்னிடமே கூறுகிறீரே. நான் யார் என்பது தெரியாமல்...”

“நன்றாகத் தெரியும் – ஆசிரியரே! ஆனால் நீர் தெரிந்து கொள்ள வேண்டியது ஒன்று இருக்கிறது. நீர் ஆசிரியர், உரிமையாளரல்ல – பத்திரிகையின் உரிமையாளருக்குத் திட்டம் கைவிடப்பட்டுவிட்டால் ஐம்பதாயிரம் நஷ்டம் என்பது உமக்குத் தெரியாது.”

“தெரியவேண்டிய அவசியமில்லை. நிச்சயம் தயை தாட்சண்யமற்றுச் சேவை செய்வதே பத்திரிகாசிரியன் கடமை. எது பொதுமக்களின் நன்மைக்கு உகந்தது

என்பதைத்தான் நாங்கள் கவனித்துப் பணியாற்றுவோம். மற்றவை எமக்குத் தூசு.''

“வேறோர் சமயம், பத்திரிகாசிரியரின் கடமையைப் பற்றி இதைவிடத் தெளிவாகவும் வீரமாகவும் கூடக் கட்டுரை தீட்டலாம் – படித்து நானும் இன்புறுகிறேன். இப்போது என் யோசனையைக் கேளும் – என் வேண்டுகோளைச் சற்று மதித்து நடவுங்கள் – தம்பி தந்த கட்டுரையை வெளியிட வேண்டாம். விபரீதம் நேரிடும்.''

“உங்கள் வேண்டுகோளின்படி நடப்பதற்கு இல்லை மன்னிக்கவும்.''

“பரவாயில்லை. நான் போய் வருகிறேன். என் வேண்டுகோளை நிராகரித்து விட்டீர், சரி, உங்கள் சுபாவமே இதுதான்; உத்தரவுக்குத்தான் இறங்கி நடக்கப் பிரியம் போலும்!''

ஆசிரியர் இந்தக் கேலிப் பேச்சைக் கேட்டுக் கோபம் கொண்டார். சீமான், இதை அறிந்து கொண்டவர்போல வெளியே சென்றார். மடையன், காதகன், கயவன் என்று ஆசிரியர் சீமானை மனத்துக்குள் திட்டியபடி தலைப்பு என்ன தருவது என்று யோசித்தபடி இருந்தார். மணி அடித்தது – உரிமையாளர் அறையிலிருந்து ஆசிரியர் அழைக்கப்பட்டார். உரிமையாளர் எதிரே, சீமான்!

“டாக்டர், ஏதோ கட்டுரை அனுப்பினாராமே...?''

“ஆமாம் – மிகவும் முக்கியமான ஆராய்ச்சி முடிவு.''

“சொன்னார்.... இவர்... சரி... அந்தக் கட்டுரையைப் பிரசுரிக்க வேண்டாம்... இன்று..''

"என்ன! என்ன! நமது நகர மக்களின் உயிரைப் பாதிக்கக் கூடிய பிரச்சனை... ஆபத்து நேரிட இருக்கிறது. அதை அறிந்து, டாக்டர் தடுக்கிறார். பல ஆயிரம் மக்களுடைய உயிரைக் காப்பாற்றுகிறார் – அப்படிப்பட்ட கட்டுரையை, ஆராய்ச்சிக் கட்டுரையை வெளியிடாமலிருப்பதா! உண்மையை மறைப்பதா! நமது பத்திரிகையின் தரம் என்ன! நமது கொள்கை எப்படிப்பட்டது! ஜனநாயக முரசு! இதிலே அக்கிரமம், அநீதிக்கு இடமளிக்கலாமா? நான் இதற்கு ஒருபோதும் சம்மதியேன்.

"சம்மதிக்க வேண்டாம், நீ பத்திரிகை நடத்தும் போது!"

"அவ்வளவு அலட்சியமாகவா, ஓர் எழுத்தாளனைப் பேசுகிறீர் – இந்தச் சீமானின் பேச்சைக் கேட்டுக் கொண்டு தாங்களும் ஓர் எழுத்தாளர்."

"முன்பு! இப்போது இந்தப் பத்திரிகையின் இலாப நஷ்டத்துக்குப் பொறுப்பு என்னுடையது. டாக்டரின் கட்டுரை வெளிவந்தால் நகராட்சி மன்றத்தினர் மான நஷ்ட வழக்குத் தொடுப்பார்கள் – என்று இவர் கூறுகிறார் தெரிகிறதா – உன் எழுத்துக்களை எண்ணிக் கொடுத்தால் ஏற்றுக் கொள்ள மாட்டார்கள் – பணம் கொட்டித் தர வேண்டும், வழக்கு அவர்கள் தொடுத்தால்"

"பொதுமக்களின் ஆதரவைத் திரட்டி வழக்கு நடத்தியே பார்க்கலாம்."

"இதை ஏற்றுக் கொள்ளும் இடமாகப் பார்த்து நீர் ஆசிரியர் வேலை பார்க்கலாம். போய் வாரும். இன்று முதல் பச்சை மலை ஆசிரியராக நியமிக்கப்படுவார்."

* * *

வேலை இழந்த ஆசிரியரும் டாக்டரும் சந்தித்தனர். வீரத்தை விடமறுத்தனர் இருவரும் – வேல் பாய்ந்த வேழமாயினர். வேறு இதழ்கள் இல்லை. வேதனை, டாக்டருக்கு உண்மை மறைக்கப்படுகிறதே என்று துடித்தார். அவருடைய இதயத்தை மேலும் குத்துவதுபோல, அன்றைய இதழில், திட்டத்தில் சிறப்புகளைப் பற்றி அவர் முன்பு தீட்டிய கட்டுரை, மீண்டும் பிரசுரிக்கப்பட்டிருந்தது. இதழைச் சுக்குநூறாகக் கிழித்தெறிந்தார். மேஜையைக் குத்தினார். கை வலித்தது! நாற்காலிகளைப் போருக்கிழுத்தார். என்ன செய்வதென்று தெரியாமல் திகைத்தார். பொதுமக்கள் ஏமாற்றப்படுகிறார்கள்.

பகுதி: 3

அவர்களைத் தள்ளிக் கொல்வதற்குப் படுகுழி வெட்டப்படுகிறது. என்ன செய்வது! போரிலே அண்ணனுக்கு முதல் வெற்றி கிடைத்து விட்டது. இதழில் வெளியிட்டால்தானா – 'மக்களிடம் நேரிலேயே கூறுவோம் – பிரச்சாரம் சிறந்ததோர் சாதனம். திட்டத்தால் வரக்கூடிய தீமையையும் விளக்குவோம். இதழின் உரிமையாளரும் சீமானும் சேர்ந்து நடத்தும் சதித் திட்டத்தையும் விளக்குவோம் பொதுமக்களிடம். உண்மையை உணர்ந்ததும் பொதுமக்கள், சீறிக்கிளம்புவர், புல்லர்களின் போக்கைக் கண்டிப்பர். ஆம்! கூட்டம் நடத்தவேண்டும் – உடனே என்று எண்ணினார். கூட்டத்திலே, எப்படி எப்படி விஷயத்தை விளக்குவது என்று குறிப்புகள் தயாரித்தார் – அவர் மனக்கண் முன்பு பெரியதோர் மன்றம் தெரிந்தது – மக்கள் திரண்டுள்ளனர் – அவர் பேசுகிறார் – ஆனந்த ஆரவாரம் செய்கின்றனர் மக்கள் – டாக்டர் வாழ்க! டாக்டர் வாழ்க! என்று பேரொலி கிளம்புகிறது! ஆனால் எல்லாம் மனக்கண்முன்!! டாக்டரின் மனத்திலே உண்மையிலேயே அச்சம் மூண்டது. கூட்டம் நடத்துவதற்கு அவர் எடுத்துக்கொண்ட முயற்சிகள் யாவும் தோற்றுப் போனதுகண்டு! மண்டபங்கள், கொட்டகைகள், பள்ளிக்கூடங்கள் எங்கும் இடம் கிடைக்கவில்லை – உரிமையாளர்கள் அனுமதி தர மறுத்துவிட்டனர்.

உண்மையைக் கூற இடம் கிடைக்கவில்லையே! பொதுஜன சேவைக்கு இடம் இல்லையே! இப்படியா, நிலைமை இருப்பது என்று எண்ணினார். அடக்க முடியாத கோபம் பிறந்தது. அண்ணன் வெற்றி பெறுகிறான் – சூது வெல்கிறதே – சூழ்ச்சி பலிக்கிறதே – மக்களின் நன்மையைக் கனவிலும் கருதாத மாபாவிகள் வெற்றி பெறுகிறார்களே இதற்கென்ன

செய்வது! – என்று எண்ணி மனம்மிக வாடினார் – பித்தம் பிடித்தவர் போலானார்.

* * *

“அப்பா! அவர் வந்திருக்கிறார்” – என்று தழுதழுத்த குரலில் கூறினாள் டாக்டரின் ஒரே மகள்.

“யார் – ஏன்?” என்று வெறுப்புடன் கேட்டார் டாக்டர்.

“அவர் தானப்பா! இன்றுதான் கப்பல் வந்தது...” என்றாள் காரிகை. “ஓஹோ! உன் நண்பனா... காதலன் வந்திருக்கிறானா... சரி கண்ணே! நான் சஞ்சலத்திலே இருக்கிறேன். ஆகவே புரிந்து கொள்ளவில்லை. உன் திருமணத்தை நடத்தித்தான் ஆகவேண்டும் விரைவில் நானும் உன் காதலுடைய பொறுமையை அளவுக்கு அதிகமாகவே சோதித்து விட்டேன்.” என்று கனிவுடன் கூறினார் டாக்டர். குமாரியின் முகம் மலர்ந்தது. தந்தையின் அன்புமொழி கேட்டு மட்டுமல்ல, அதே சமயம் அங்கு வந்து நின்ற தன் காதலனைக் கண்டு.

* * *

“கப்பல் தலைவனானேன், கண்மணி. அப்பாவிடம் கூறு. ஆனந்தப்படுவார்!” என்றான் இளைஞன் எழிலரசியிடம் மலர் முகத்தை முத்தமிட்டுவிட்டு. அப்பாவின் அல்லலை விளக்கினாள் ஆரணங்கு. கப்பல் தலைவன் கடுங்கோபம் கொண்டான். உண்மைக்கு உழைக்கும் உத்தமனுக்கா இப்படி இடையூறு செய்கிறார்கள். “அன்பே! ஆயாசம் விடு நாளை மறுதினம் கிடங்கிலே கூட்டம் நடத்தலாம். அங்குள்ள சரக்குகளைக் கப்பலில் துரிதமாக ஏற்றிவிட ஏற்பாடு

செய்கிறேன் பிறகு கிடங்கு பொதுக்கூட்டம் நடத்த ஏற்றதாகிவிடும் என்று கூறினான். காதலன் – களிப்பூட்டும் இச்செய்தியைத் தந்தையிடம் கூறினாள் தத்தை! கூட்டத்துக்கான ஏற்பாடுகள் நடைபெறலாயின. பொதுமக்கள் திரண்டனர் கிடங்கில். புதிய குறிப்புகள் தயாரித்துக்கொண்டு கிளம்பினார் டாக்டர். புன்னகை பூத்த முகத்துடன், உள்ளே நுழைந்தார். முதல் வரிசையில் அமர்ந்திருந்தான் அண்ணன், அவன் அருகே, வாடகை வீட்டுக்காரர் சங்கத் தலைவர் இருந்தார். சட்டை செய்யவில்லை டாக்டர். யாரையும் ஆணவத்தால் அல்ல, ஆதாரங்கள் ஏராளமாக இருக்கும்போது, பொதுமக்களுக்கு உண்மையான தொண்டு செய்கிறோம் என்ற தூய்மை மனத்திலே இருக்கும்போது யாருக்குத்தான் அஞ்ச வேண்டும்!!

அண்ணன் தானாகவே எழுந்திருந்து கூட்டத்துக்கு தலைமை வகிக்கும்படி குடியிருப்போர் சங்கத் தலைவனைப் பிரேரிபித்தான் – அவனும் தலைமை தாங்கி டாக்டரின் சிறப்புகளை விளக்கிப் பேசினான் – மக்கள் சந்தோஷ ஆரவாரம் செய்தனர். டாக்டர் தந்த திட்டத்தைப் புகழ்ந்தான். மக்கள் பூரித்தனர் – டாக்டர் ஏதோ பேச முயன்றார் மக்களின் கரகோஷம் கிளம்பும்படி சங்கத் தலைவன் சண்டப்பிரசண்டமாகப் பேசியபடி இருந்தான். “இந்தத் திட்டத்தைக் கண்ட அண்டையிலுள்ள நகரங்கள் பொறாமை கொண்டு விட்டன. நமது பிரதான நகருக்குப் புதியதோர் அந்தஸ்து வருவது அந்த நகரத்துக்குப் பொச்சரிப்புக்காரர்களுக்கு பிடிக்கவில்லை. டாக்டரின் திட்டத்தின் பயனாக நமது நகருக்குச் செல்வம் பெருகும் என்பது தெரிந்ததும் எப்படியாவது இந்தத் திட்டத்தைத் தகர்த்துவிடுவது என்று சூதுக்காரர்கள், சூழ்ச்சிக்காரர்கள், முயற்சி செய்தனர். இந்த இரகசியம் எங்களுத் தெரிந்தது. நாங்கள் நமது டாக்டரின் அரிய ஆராய்ச்சிக் கட்டுரையை மீண்டும் பத்திரிகையில் வெளியிட்டோம். சூழ்ச்சிக்காரர்கள் ஆசிரியருக்கு இலஞ்சம் கொடுத்தனர் – அந்த இரகசியம்

தெரிந்ததும் அவரை வேலையினின்றும் நீக்கினோம். இப்படிச் சூழ்ச்சிக்காரர்கள் யாரும் செய்யத் துணியாத ஒரு விபரீத காரியத்தைச் செய்துவிட்டனர். மாசுமறுவற்ற மனமுடைய நம்முடைய டாக்டரை, சுயநலத்தைக் கருதாது பாடுபட்டு வந்த நம்முடைய டாக்டரையே அந்தப் பாவிகள் எப்படியோ மயக்கி விட்டனர். அவர் வாயாலேயே அவர் முன்பு புகழ்ந்து கூறிய திட்டத்தை ஆபத்தானது, தீதானது, நாசம் தருவது என்று பேச வைக்க ஏற்பாடு செய்துள்ளனர். அதைக் கேட்டதும் நாங்கள் பதை பதைத்தோம் – நெஞ்சம் குமுறிற்று. நமது டாக்டரும் துரோகியாக முடியுமா அவரைச் சதிகாரர்கள், சூழ்ச்சிக்காரர்கள் தங்கள் கையாள் ஆக்கிக்கொள்வது முடிகிற காரியமா என்றெல்லாம் எண்ணி மனம் துடித்தோம். முடிவில் அவரையே கேட்டோம் – அவர் முதலில் மறுத்தார் – பிறகு மழுப்பினார் – கடைசியில் குற்றத்தை ஒப்புக்கொண்டார்! அந்தப் பாவிகள் தயாரித்துக் கொடுத்ததை அப்படியே பொதுஜனங்களிடம் படித்துக் காட்டுங்கள் என்று கூறி அழைத்து வந்திருக்கிறோம். அவர் இப்போது அதைப் படிப்பார்!'' என்று கூட்டத் தலைவன் பேசி முடித்தான். டாக்டருக்குத் தலை கிறுகிறுவென்று சுற்றுவதுபோலாகிவிட்டது. இந்த எதிர்பாராத தாக்குதலால் அண்ணன் வெற்றிப் புன்னகையுடன் வீற்றிருந்தான். டாக்டருக்குப் புயலெனக் கிளம்பிற்று கோபம். ''பாவிகளே, பழிகாரர்களே! பச்சைப் புளுகு பேசும் அயோக்கியர்களே! பாமரரை ஏய்க்கும் கயவர்களே!'' – என்று ஏசினார். ஏற்கெனவே டாக்டர் துரோகம் செய்யத் துணிந்தவர் என்ற குற்றச்சட்டைக் கேட்டு திடுக்கிட்டுப் போயிருந்த மக்களுக்கு, எப்போதும் அன்பாகவும் சாந்தமாகவும் பேசும் டாக்டர், கண்டபடி ஏசுவது கேட்டு, ஆத்திரம் பிறந்தது. துரோகி ஒழிக! பொதுஜன விரோதி ஒழிக! காட்டிக் கொடுத்தவன் ஒழிக! – என்று கூவினர். காட்டுக் கூச்சல் கிளம்பி விட்டது. கப்பல் தலைவன், கூட்டத்தில் கலகம் செய்பவர்களை அடக்க முயன்றான். கலகம் வளர்ந்துவிட்டது – கை கலப்பு ஏற்பட்டு விட்டது – பொதுஜன விரோதி ஒழிக! துரோகி ஒழிக! என்ற கூச்சல் வலுத்துவிட்டது. மேஜை நாற்காலிகள் தூளாயின!

கற்கள் பறந்தன – டாக்டருக்குக் கல்லடி – இரத்தம் ஒழுகலாயிற்று! மிகுந்த கஷ்டப்பட்டு, கப்பல் தலைவன் அவரை வீடு கொண்டுபோய்ச் சேர்த்தான்.

பொதுஜனமாம் – பொதுஜனம் – விவரமறியாக் கும்பல் – விவேகமற்ற கூட்டம் – தலையாட்டிப் பொம்மைகள் – காலிப் பாண்டங்கள் – யார் நண்பன், யார் விரோதி என்பதை அறிந்து கொள்ள முடியாத சடங்குகள் – என்றெல்லாம் டாக்டர் ஏசினார். வீட்டுக்குள்ளே இருந்தபடி வேதனையுடன், வெளியே ஆர்ப்பாட்ட ஊர்வலம், பொதுஜன விரோதி ஒழிக! என்ற கூச்சலுடன் டாக்டர் வீட்டின் மீது கல்மாரி!

போரிலே புரட்டன் வெற்றிபெற்றான் – உண்மைக்குச் சித்தரவதை! பொதுமக்களின் சேவையை மதித்த டாக்டரிடம் பொதுமக்கள் நம்பிக்கை வைக்கவில்லை. பொய்யன் மூட்டிய தூபம் அவர்களை வெறியர்களாக்கிற்று! உன் பொதுஜனம் எதையும் செய்யும் – யார் தூண்டிவிட்டாலும் அதற்கு ஏற்றபடி ஆடும் என்று ஆணவக்கார அண்ணன் சொன்னது முற்றிலும் உண்மையாகிவிட்டதே என்பதை எண்ணினார் டாக்டர். வேதனையுடன் வெட்கமும் அவரைத் தாக்கிற்று.

செச்சே! இது அறிவிழந்தவர்களின் இருப்பிடம். இந்த ஊரைவிட்டே போய்விடலாம் வாருங்கள். எங்கள் ஊர், பாட்டாளிகள் வாழும் பட்டினம், அங்குச் சென்றால், தங்களைப் போன்ற பொதுஜன சேவையாளருக்கு இடமும் உண்டு மதிப்பும் உண்டு என்று கூறினான் கப்பல் தலைவன். அண்ணன் முகத்திலே விழிப்பது கூடாது. அண்டப்புளுக்கு இரையான அப்பாவிகளின் ஊரிலே இருப்பதைவிட வேற்றூர் போவதே மேல் – என்று தீர்மானித்தார் டாக்டர். மறுதினம் தன் மகளையும் அழைத்துக்கொண்டு டாக்டர் கப்பல் துறைக்குச் சென்றார்.

கப்பல் தலைவன் தலையைக் கவிழ்ந்தபடி அங்கு நின்று கொண்டு இருந்தான். அவன் கரத்திலே அவனை வேலையைவிட்டு நீக்கிவிட்டதாகக் கப்பல் கம்பெனி முதலாளி அனுப்பிய உத்தரவு இருந்தது. அந்த முதலாளி தன் அண்ணனுடைய கூட்டாளி என்பது டாக்டருக்குத் தெரியும். பெருமூச்செறிந்தார். "பொதுஜன விரோதி பார் ஊரைவிட்டே ஒழிகிறான். பொதுஜன விரோதி ஒழிக!" என்று கூச்சலிட்டபடி, சிறுகும்பல் கூடிற்று. மீன்பிடிப்போர் உபயோகிக்கும் சிறுபடகு ஒன்றில் ஏறிக் கொண்டு, மூவரும் பயணமாயினர். டாக்டரின் கண்ணீர் கடல்நீரில் கலந்தது. பொதுஜனம் இப்படித்தானா! அண்ணன் சொன்னபடி ஆடும் பதுமைகள்தானா இந்தப் பொதுஜனம். ஆதாரம் காட்டாது, காரணம் கூறாது, அண்டப்புளுகு பேசினான். அதை நம்பி என்னைத் துரோகி, சதிகாரன் என்று ஏசினாரே, இவ்வளவுதானா இவர்கள் இயல்பு என்று எண்ணி எண்ணி ஏக்கமுற்றார் டாக்டர். தன் மனக்குறையை மருமகனிடம் கூறிக் கூறிக் குமுறினான். பொதுஜன சேவை, பயனற்ற காரியம்! வீண்வேலை!! பொதுஜனத்துக்குத் தெளிவு கிடையாது! சிந்தனா சக்தி கிடையாது! – என்று டாக்டர் உண்மையாகவே எண்ணத் தொடங்கினார்; அவர் அடைந்த அல்லல் அவருக்கு இருந்து வந்த ஆர்வத்தை நம்பிக்கையை நசுக்கச் செய்தது. வேற்றூரில் வேதனையுடன் இருந்து வந்தார் – பொதுஜனத்தின் முகத்தையும் பார்க்க விருப்பமின்றி, டாக்டர் தன் வேதனையைத் தீர்த்துக் கொள்வதற்காக, அவ்வப்போது, இந்தச் சம்பவத்தின் முழுவிவரத்தையும், தன் மருமகனிடம் கூறிக் கொண்டிருந்தார் – இதைக் கேட்டுக் கேட்டு, மருமகனுக்கு, புதியதோர் எண்ணம் பிறந்தது – உண்மையைத் துலங்கச் செய்ய வேண்டும் என்ற ஆவல் பிறந்தது.

தனக்கும் தன் அண்ணனுக்கும், ஆதியில், பொதுஜன சேவையைப் பற்றி எழுந்த வாக்குவாதத்தை டாக்டர் கூறுவார் –அக்கறையுடன் அந்த வாதத்தைக் கேட்பான் மருமகன் –

கேட்டுக் கேட்டு அவனுக்குப்பொதுமக்களிடம் நம்பிக்கை பிறக்கலாயிற்று! பொய்யை அவர்கள் மெய்யென நம்பிவிட்டனர். காரணம்? பொய்யர்கள், உண்மை அவர்கள் செவி புகாதபடி செய்த சூழ்ச்சியினால். ஆகவே தவறு, பொதுமக்கள் மீதா! சூழ்ச்சிக்காரரை, எதிர்த்தாகவேண்டும் என்ற துணிவு, போதுமான அளவு, டாக்டருக்கு இல்லாததே. இதற்குக் காரணம். பொதுமக்களிடம் உண்மையைக் கூறவேண்டும். சமயமறிந்து எதிர்ப்புக்கு அஞ்சாமல் – என்று தீர்மானித்தான். வெற்றி பெற்ற அண்ணன், நச்சுப் பொய்கை தயாரித்து விட்டான் – சீமான்கள் பலருக்கும் கொள்ளை இலாபம் கிடைத்து விட்டது. திறப்பு விழாவுக்கான நாளும் குறிக்கப்பட்டது.

“இன்னமும் என்ன சந்தேகம்! பொதுமக்கள், மெழுகுப் பொம்மைகளேதான்! இதோ பாரேன், தங்களுக்கு வர இருக்கும் பேராபத்தை உணராமல், இலாப வேட்டைக்காரர்களின் சூது மொழியை நம்பி நாசமாகின்றனர். குதூகலிக்கிறார்களே கொண்டாட்டமாம், கேளிக்கையாம்! என் அண்ணன் சொன்னது சரியாகப் போய்விட்டது. பொதுமக்கள், விளக்கமறியாத வெறும் கும்பல்தான் சந்தேகமில்லை” – என்று டாக்டர் மனவேதனையுடன் கூறினார். அவருடைய மருமகனுக்கு என்ன பதில் கூறுவது என்று தெரியவில்லை. ஆனால் மனத்திலே மட்டும் பொதுமக்கள் உண்மையை உணர்ந்தால் நீதிக்காகப் போராடுபவர் வெற்றி பெறுவார் என்ற நம்பிக்கை தளராமலிருந்து வந்தது. ஆனால், உண்மையைப் பொதுமக்கள் உணரவேண்டுமே அதற்கான வழிதான் அடைபட்டுப் போயிருக்கிறது – பணமூட்டைகளைப் போட்டல்லவா அந்த வழியை அடைத்துவிட்டார் சீமான்! என்ன செய்வது?

கப்பல் தலைவனாக இருந்த நிலைமை, உண்மைக்கு பாடுபடத் துணிந்தவருக்கு உபசாரம் செய்யச் சென்றதால்,

பாழ்பட்டுவிட்டது – பிறகு, மருகனான, அவன் நாலைந்து சிறு படகுகள் வாடகைக்கு அமர்த்திக்கொண்டு மீன் பிடிக்கும் தொழிலிலே அமர்ந்தான் – சுமாராகத்தான் வருமானம் கிடைத்தது. எனினும், அடிமை வேலையல்ல என்ற எண்ணம் அவனுக்குத் தனியானதோர் இன்பம் தந்தது. மேலும், தத்தை, அவனுடைய வாழ்க்கைக்குக் கீதமானாள். மகிழ்ச்சிக்குக் குறைவில்லை, ஒரே ஒரு மனக் குறைதான். எப்படிப் பொதுமக்களை, உண்மையை உணரும்படிச் செய்வது, உலுத்தர்களின் கொட்டத்தை எப்படி அடக்குவது என்பது தெரியாததால் ஏற்பட்ட மனக்குறைதான். மீன்பிடிக்க வலை வீசும்போதும் மீன்களை விலைபேசி விற்பனை செய்யும்போதும், கிடைத்த பணத்தைக் கணக்குப் பார்க்கும்போதும், கூட்டுப் பணியாற்றும் தோழர்களுக்குப் பணம் பிரித்துத் தருகிற போதும், எந்த வேலை செய்யும்போதும், அவன் மனத்திலே, இந்த ஓர் எண்ணம் மட்டும், குடைந்தபடி இருந்தது.

* * *

"ரோஜா! விழா தினத்தன்று, நீ என்ன வர்ணப் புடவை உடுத்திக் கொள்ளப்போகிறாய், நீலமா, ஊதாவா?" என்று கேட்டாள் அல்லி. அல்லி, பத்திரிகை உரிமையாளரின் மனைவி – இரண்டாம் தாரம் – அழகைவிட ஆணவம் அதிகம் அவளுக்கு. ரோஜா, சீமானின் மகள். செருக்குடையவள்தான். எனினும் அடக்கமானவள் என்ற பெயர் கிடைக்கவேண்டும் என்பதிலே அக்கறை கொண்டவள். எனவே அதற்கான விதத்திலே நடிப்பாள். இரு அழகிகளும் சேலையைப் பற்றித் தொடங்கிய பேச்சு கடைசியில் விழா நடத்தக்கூடியஅளவுக்கு வெற்றிகரமாகத் திட்டம் நிறைவேறியது யாரால், என்பதிலே வந்து முடிந்தது – வம்பும் வளர்ந்தது. என் புருஷனுடைய பத்திரிகைப் பலத்தினாலேதான் வெற்றி கிடைத்தது – என்று வீரம் பேசினாள் அல்லி. ரோஜாவுக்குக் கோபம் – அப்பாவின்

பணபலம்தான். வெற்றிக்குக் காரணம் என்று வாதாடினாள். வார்த்தைகள் தடித்தன.

"பொதி பொதியாகப் பணமூட்டைகளைச் சுமந்து என்ன பயன்! செல்வாக்கு வேண்டுமே! புகழ் வேண்டுமே! பொதுஜன ஆதரவைத் திரட்டும் ஆற்றல் வேண்டுமே! பணம் இருந்தால் போதுமா?"

"அல்லி! உன் கணவனுடைய காகிதத்தை நீ மெத்தப் புகழ்கிறாய், உலகமறியாமல். என் அப்பா மனம் வைத்தால் அதைப்போல ஓர் அரை டஜன் பத்திரிகைகளை விலைக்கு வாங்க முடியும் – கூலி கொடுத்துக்கூட வேலை வாங்க முடியும்."

"என்ன திமிரடி உனக்கு! சீமான்களை யார் இந்தக் காலத்திலே சீந்துகிறார்கள்! அவர்களுக்கு ஆதரவு தர யார் முன்வருகிறார்கள். என் புருஷனுடைய பத்திரிகை பலத்தைப் பெற்றதாலேதான், உன் அப்பாவுக்கு ஊரிலே ஏதோ நாலு பேருடைய ஆதரவு கிடைத்ததே தவிர, அதற்கு முன்பு, அவரைக் கண்டாலே மக்கள் அருவருப்பர் – தெரியுமா? சீமான்தான் – ஆனால், ஊரைவிட்டுப் போய்விட்டாரே உன் சிறிய தகப்பனார் டாக்டர். அவருடைய செல்வாக்கிலே ஆயிரத்திலே ஒரு பாகம் கூடக் கிடையாது உன் தகப்பனுக்கு, தெரியுமா! பத்திரிகை பலம் கிடைத்தது – டாக்டரைக்கூட தோற்கடிக்கும் அளவுக்குப் பலம் பெற்றார் உன் அப்பா."

"உன் துடுக்குத்தனத்தை என் தந்தையிடம் கூறித் தக்க நடவடிக்கை எடுக்கச் சொல்கிறேன் பார்."

"போடி! எங்கள் பத்திரிகையிலே உன் அப்பனுடைய யோக்கியதையைப் பற்றி எழுதி மானம் பறிபோகிறபடி செய்யாவிட்டால் என் பெயர் அல்லி அல்ல பார்"

“நாளைக்கே, நான் ஒரு பத்திரிகையை நடத்தச் சொல்கிறேன் பாரடி, என் அப்பாவிடம் சொல்லி! பணத்தை வீசி எறிந்தால் காரியம் நடக்கிறது தானாக! ஒரு பத்திரிகையை நடத்துவதுதானா பிரமாதமான காரியம்!”

* * *

இந்த வாக்குவாதத்தால் விளைந்த வம்பு, இரு வீடுகளிலும், தேம்பி அழுவதும் திக்கித் திக்கிப் பேசுவதுமாக வளர்ந்து, கடைசியில் அல்லியின் கண்களைத் துடைத்தபடி அவள் கணவன். ஆகட்டும் நான் அந்தச் சீமானின் யோக்கியதையை அம்பலப்படுத்துகிறேன் என்று உறுதி கூறுவதும், ‘கிடக்கட்டும் ரோஜா! புதிய பத்திரிகை ஆரம்பித்துவிடலாம், கவலைப்படாதே, நாம் பத்திரிகை ஆரம்பித்தால் அந்தப் பத்திரிகை தானாக கீழே விழுந்து போகும்” என்று சீமான் தன் செல்வக் குமரிக்குக் கூறுவதிலும் போய் முடிந்தது. நேசத்துக்கு முறிவு!

ரோஜாவும் அல்லியும் தத்தமது சமர்த்தைத் தாமே மெச்சிக் கொண்டனர். ஆனால் சீமானும் பத்திரிகை உரிமையாளரும் மோதிக்கொள்ள முன்வந்ததன் காரணம் ஆணவக்காரர்கள் மூட்டிவிட்டதால் மட்டுமல்ல! விழாவுக்குத் தலைமை தாங்க வருகிற வியாபார மந்திரிக்கு யார் மாலை சூட்டுவது, விருந் ளிப்பது என்பதிலே சீமானுக்கும் பத்திரிகை உரிமையாளருக்கும் தகராறு கிளம்பிற்று – எனவேதான் ரோஜாவும் அல்லியும் போட்ட தூபம் துரிதமாகவும் வேகமாகவும் வேலை செய்தது.

பொதுமக்களுக்கு நன்மை செய்வதாகக் கூறிக்கொண்டு கொள்ளை இலாபமடிக்கும் இந்தச் சீமானுக்குத் தானா, சகல மரியாதையும், முதலிடமும் இருக்கவேண்டும். விழாவில் நான் கிள்ளுக்கீரையோ! டாக்டரின் கட்டுரையை அன்றே நான்

வெளியிட்டிருந்தால், இந்தச் சீமானின் திட்டம் தவிடுபொடியாகி விட்டிருக்குமே! இவ்வளவு பாடுபட்டு, இவனுக்கு ஆதரவு தேடித் தந்த என்னை, விழாவிலே, வந்தனோபசாரம் கூறத்

தானா செய்வது! ஏன்? வியாபார மந்திரியுடன் நான் பேசிக்

கொண்டிருக்கும் சந்தர்ப்பமே ஏற்பட முடியாதபடி தன் வீட்டிலே அல்லவா, அவருக்கு ஜாகை, விருந்து ஏற்பாடு செய்கிறான்! பார்க்கிறேன் ஒரு கை! இனி தயவு தாட்சண்யம் ஏன்? – என்று எண்ணினான் பத்திரிகை உரிமையாளன் கோபத்துடன். விழாவுக்கு, வியாபார மந்திரியை வரவழைக்கவேண்டுமென்ற யோசனையைச் சொன்னதேகூட, பத்திரிகை உரிமையாளர்தான்! பலர், இந்த விழாவுக்கு, சுகாதார மந்திரியை வரவழைப்பதுதான் பொருத்தம் என்றனர். ஆனால், வியாபார மந்திரியிடம் தனியாகப் பேசவேண்டிய ஒன்று இருந்தது பத்திரிகை உரிமையாளருக்கு.

வியாபார மந்திரி செல்வான் – மந்திரி வேலைக்கு முன்பேகூட! ஒரே மகன் அவருக்கு ரோஜாவுக்கு ஏற்ற மணாளன். இது சீமானின் பிடிவாதத்துக்குக் காரணம்! போட்டி – பூசல் முற்றிவிட்டது. புதிய இதழ் வெளிவருவதற்கான ஏற்பாடுகளைச் சீமான் கவனிக்கலானார். இது தெரிந்ததும் பத்திரிகை உரிமையாளர் பதைத்தார். கணையைத் தொடுத்துவிடுவது என்று தீர்மானித்தார். டாக்டரின் பழைய கட்டுரையை – திட்டம் தீதானது – நாசம் தருவது – என்ற கட்டுரையை, வெளியிட்டார் பத்திரிகையில். ஊரிலே ஒரே பரபரப்பு! திகைப்பு! பல்வேறு வதந்திகள், அச்சுப்பொறி சரியாக அமையவில்லை சீமானுக்கு. எனவே, கணையைத் தடுக்கும் வழி இல்லை.

மறுதினம், சீமானுக்கு ஒரு வேண்டுகோள்! – என்ற கட்டுரை வெளிவந்தது – அதிலே, திட்டம் தீமையானது என்று தெரிந்துவிட்டதால், இனி விழாவே கூடாது. பொதுமக்கள்

விவரம் தெரியாமல் குளிக்குமிடம் சென்று விடுவதைத் தடுக்க தக்க ஏற்பாடு செய்ய வேண்டும். சீமானுக்கு நஷ்டம்தான் என்றாலும், அவர் அதைப் பொதுஜன நன்மையை உத்தேசித்துப் பொருட்படுத்தக்கூடாது என்று விளக்கமும் உருக்கமும் நிரம்பிய விதமாக எழுதப்பட்டிருந்தது. ஊர் மக்களின் கண்களெல்லாம் கேள்விக் குறிகளாயின! மறுதினம் சீமானின் இதழ் வெளிவந்தது! 'இத்தனை நாள் ஏன் மறைத்தாய்' – என்ற கட்டுரை காரசாரமாகத் தீட்டப்பட்டிருந்தது – டாக்டரின் எச்சரிக்கை தரும் கட்டுரையை ஏன் முன்பு பிரசுரிக்கவில்லை இத்தனை நாள் ஏன் மறைத்து வைத்தார் இந்தப் பத்திரிகை உரிமையாளர் – என்று கேட்டார் சீமானின் பத்திரிகை ஆசிரியர். மக்கள் இதைப்படித்ததும் பதறினர்! இரு இதழ்களும் நடத்திப் 'போர் – வியாபார மந்திரியின் பார்வைக்குக் கொண்டு வரப்பட்டது – அவர் எதிர்ப்புக்கு அஞ்சுபவர். எனவே, விழாவுக்கு வரமுடியாது என்று எழுதிவிடலாமா என்று எண்ணினார் – இதற்கிடையிலே சுகாதார மந்திரிக்கு இதுதான் தக்க சமயம் தன் கோபத்தைக் காட்ட என்று தோன்றிற்று. குளிக்கும் – இடம் பூந்தோட்டம் – மருத்துவ விடுதி – போன்றவை அமைக்கப்படும்போது, சுகாதார மந்திரியான தன்னை அழைத்துக் கௌரவிப்பது முறையே தவிர, இந்த விஷயமாகத் தொடர்பு அற்ற வியாபார மந்திரியை அழைப்பது முறையல்ல, அந்த அழைப்பை அவர் ஏற்றுக் கொண்டதும் சரியல்ல என்பது சுகாதார மந்திரியின் வாதம். அவருடைய கோபத்துக்குக் காரணம் அதுதான்!

இரு பத்திரிகையிலும் வெளிவந்த கட்டுரைகளையே ஆதாரமாகக் கொண்டு, பொதுஜன நன்மையை உத்தேசித்து, இந்தக் குளிக்குமிடத்தை உடனே மூடிவிடும்படி உத்தரவிட்டார். போலீஸ் மந்திரிக்கு இதை நிறைவேற்றுவதிலே ஓர் தனி மகிழ்ச்சி – ஏனெனில் விழாவுக்குப் பெருங்கூட்டம் கூடினால் தொல்லை ஏதேனும் வருமோ என்று பயந்து கொண்டிருந்தவர் அந்த மந்திரி. குளிக்குமிடம் மூடப்பட்டது! பொதுமக்கள் டாக்டரின் கட்டுரையை நிதானமாகப் படித்துப் பார்த்தனர் –

அவர்களுக்கு அப்போதுதான் அவருடைய அருமையும் பெருமையும் விளங்கிற்று. இப்படிப்பட்டவரை அல்லவா நாம் துரோகி என்று தூற்றினோம் என்று வருத்தப்பட்டனர். இவ்வளவுக்கும் காரணமாக இருந்த சீமானின் மீது சீற்றம் கொண்டனர் – ஆனால் அவரும் ரோஜாவும் ஊரைவிட்டுக் கிளம்பிவிட்டனர். இதை ஜாடை மாடையாக அறிந்ததும் இந்தப் பத்திரிகைக்காரன் ஏன் இந்தச் சூதுக்கு உடந்தையாக இருந்தான். இதுவரையில் – ஏன் டாக்டருக்கு விரோதமாக வேலை செய்தான் – நம்மை ஏய்த்தது ஏன் என்று எண்ணினர் – சீறினர் – முடிவு, பத்திரிகை அலுவலகத்திலே, அமளி!'' பொதுமக்களே! சீமான் மிரட்டினான். நான் பயந்து போனேன் – அதனால்தான் டாக்டருக்குத் துரோகம் செய்தேன் – என்னை மன்னிக்க வேண்டும்'' என்று கெஞ்சினான் பத்திரிகை உரிமையாளன்.

''பணத்தைக் கண்டு பலிலிளிக்கும் உனக்குப் பத்திரிகை ஒரு கேடா! சீமான் மிரட்டினால் என்ன, பொது மக்களிடம் உண்மையைச் சொல்வதுதானே. நாங்கள் சும்மா விட்டிருப்போமா சீமானை'' என்று கேட்டனர் மக்கள்.

''டாக்டரை வரவழைத்து மன்னிப்புக் கேட்டுக் கொள்கிறேன்'' என்றான் பத்திரிகை உரிமையாளன்.

* * *

அந்தத் திருநாள் வந்தது! டாக்டரின் கண்களிலே களிப்புக் கண்ணீர்! பேசவும் முடியவில்லை. அவர் சார்பிலே மருமகன்தான் பேசினான் டாக்டரின் பெருமையை மட்டுமல்ல – இரண்டு இதழ்களுக்கும், கட்டுரைகள் தயாரித்துக் கொடுத்த மாஜி ஆசிரியரின் பெருமையைப் பொதுமக்கள் வாழ்த்தினர் அந்த ஆசிரியரை. ''இவ்வளவு ஆனந்தத்திலே சூட்சுமத்தை மறந்து விட்டீகள். அன்று நான்

உண்மையை விளக்கக் கூட்டம் ஏற்பாடு செய்திருந்தபோது அண்டப்புளுகு பேசி, என்மீது அபாண்டமான பழிசுமத்தி என்னைத் துரோகி என்றும், சதிகாரனென்னும் கூறிய குடியிப்போர் சங்கத் தலைவனல்லவா இவ்வளவு கஷ்டத்துக்கும் காரணம்?" – என்று டாக்டர் கேட்டார். "ஆம்! ஆம்!" என்று ஆர்ப்பரித்தனர் மக்கள். ஆனால் அந்தப் பொதுஜன விரோதி 'எளியோர்' மாநாட்டுக்குத் தலைமை தாங்க வெளியூர் சென்று விட்டான்!

* * *

பொதுமக்கள், முழு உண்மை தெரியாதபோது அவசர முடிவுக்குத்தான் வருகிறார்கள் – உண்மை தெரிந்தாலோ அவர்கள் தக்க தீர்ப்பைத் தருகிறார்கள் – என்று பூரிப்புடன் கூறினார் டாக்டர். "ஆமாம் ஆனால் பொதுமக்களுக்கு உண்மையை எடுத்துக் கூற வசதி, வல்லமை, வாய்ப்பு இருக்க வேண்டும். பணந்தேடிகளிடமும் அவர்களைக் கண்டு பல்லிளிப்போரிடமும் பிரசார யந்திரம் இருந்தால், பொதுமக்கள் கண்களிலே மண்ணைத்தான் தூதுவர் – தூயவனைத் துரோகி என்று திரித்துக் கூறுவர் – பொதுமக்களை மயக்குவர், மிரட்டுவர் – தவறான வழியிலேயும் திருப்பிவிடுவர் – என்றான் மருமகன். உண்மைதான்! மக்களாட்சி ஏற்படட்டும் மக்களின் மாண்பு சரிவர வேலை செய்யாததற்குக் காரணம், இரும்பு முதலாளிகள் இன்னும் இதுபோன்ற பணந்தேடிகளிடம், பிரச்சார யந்திரம் சிக்கிக் கொண்டதுதான். மக்களாட்சி மலரவேண்டுமானால் இந்த நிலைமை மாற வேண்டும்" என்று டாக்டர் கூறினார். டாக்டரின் புகழ் ஓங்கிற்று – அண்ணன் ஊர் திரும்பவே அஞ்சினார். ஊரார் சும்மா விடவில்லை. நகராட்சி மன்றத்தைத் திருத்தி அமைத்தனர். நாசம் தரும் திட்டத்தைத் தயாரிக்க பொதுமக்களின் பணத்தைச் செலவிட்ட நகராட்சி மன்ற உறுப்பினர்களுக்கு, நோட்டீஸ் கொடுத்தனர்! அந்த நோட்டீசும், டாக்டர்

பொதுமக்களின் மாண்பைப் பற்றி விளக்கமாக எழுதிய கடிதமும், சீமானுக்கு ஒரே தபாலில் கிடைத்தன – படித்தார் – பயந்தார் – மக்கள் விழிப்படைந்து விடுகிறார்கள், விரைவில் மக்களாட்சியை ஏமாற்றுவது முடியாத காரியம். இனி – என்று தெரிந்து கொண்டனர்.

(திராவிட நாடு - 1950)

★★★

9 788198 796394

Printed at Repro India Ltd.